திருமார்புவல்லி

ஸ்ரீஷங்கர்

தேனி மாவட்டம் ஆண்டிபட்டியில் பிறந்தவர்; மதுரை யில் வசிக்கிறார். இவரது முதல் கவிதைத் தொகுப்பு *சொற்பறவை* (2011). *ஸ்ட்ராபெர்ரி* (2010) என்ற சிறுகதைகளின் தொகைநூலையும் செல்மா பிரியதர்ஷ னுடன் இணைந்து யவனிகா ஸ்ரீராமின் தேர்ந்தெடுத்த கவிதைகள் *காலத்தில் வராதவன்* (2014) என்ற நூலை யும் தொகுத்துள்ளார். இப்போது சென்னையில் பணி.

மின்னஞ்சல்: srishankarviswanathan@gmail.com
கைப்பேசி: 7871678748

திருமார்புவல்லி

ஸ்ரீஷங்கர்

திருமார்புவல்லி ● கவிதைகள் ● ஸ்ரீஷங்கர் ● முதல் பதிப்பு: ஜூலை 2017 ● பக்கங்கள்: 64 ● வெளியீடு: ஆதி பதிப்பகம், 15, மாரியம்மன் கோயில் தெரு, பவித்திரம், திருவண்ணாமலை-606806 ● அலைபேசி: 9994880005 ● மின்னஞ்சல்: aadhipathippagam@gmail.com

விலை ரூ. 60

Thirumaarbuvalli ● Poems ● SriShankar ● © V. Venkata subramanian ● First Edition: July 2017 ● Pages: 64 ● Paper: 75 gsm NS ● Published by Aadhi Pathippagam, 15, Mariamman koil Street, Pavitram, Tiruvannamalai - 606806 ● Cell: 9994880005 ● E-mail: aadhipathippagam@gmail.com ● Printed at Ganapthy Process, Chennai

Rs. 60

06/2017/sno13/ap12/18.6/1/300

அம்மை ஆவுடைக்கு

கலாப்ரியா, யவனிகா ஸ்ரீராம், செல்மா பிரியதர்ஸன், ‘யதார்த்தா’ ராஜன், ராஜீவ்பால், ஸ்ரீதர் ரங்கராஜ், திருச்செந்தாழை, அன்புவேந்தன், விஸ்வநாதன் கணேசன், குமார் அம்பாயிரம், ஸ்ரீதர், பயணி, ஹவி, பாரதிநிவேதன், ‘புலம்’ லோகநாதன், ஷங்கர் ராமசுப்ரமணியன், ஸ்ரீநேசன், ‘நக்கீரன்’ அண்ணல், தில்லைமுரளி ஆகியோருக்கும், இத்தொகுப்பிலுள்ள சில கவிதைகளை வெளியிட்ட *உயிர் எழுத்து, கொம்பு, தக்கை, அடவி* ஆகிய இதழ்களின் ஆசிரியர்களுக்கும், இப்புத்தகத்தை வெளியிடும் ஆதி பதிப்பகத்துக்கும் எனது நன்றி.

கிருஷ்ணா, தருண், லஷ்மி என்ற பரிமளா, ராதா சித்திரவேலு ஆகியோருக்கு என் அன்பு.

உள்ளே

13 திருமார்புவல்லி

17 காலத்தின் நெரிசல்கள்

19 வெளவால் தொகுதி

21 தொற்றிப் படர்கிற மணம்

23 பூமிமீது பேச்சிழப்பு

25 தீர்த்தாடும் காலம்

33 காதல் மதியம்

35 சுனையின் உதடுகள்

37 பைத்தியம் பிடித்த தலைப்பிரட்டைகள்

42 சதுப்புநில பொம்மி

44 பொம்மி உன் நினைவு என் அடிவேர்களில்
கிழங்கு வைத்துவிட்டது

48 வலைமூடிய கட்டுமரம்

50 முழை விலங்கின் பனி

52 அமர்ந்திருக்கும் நெடுங்காலம்

54 பாடிக்கசியும் யாக்கை

55 முழுநிலவு ஒரு மணமூட்டி

56 அன்பின் ஏகாந்தம்

58 உனது ஆடல்மாடம்

60 பின்னுரை:
தான் எனும் ஆணைக் கரைக்கும் தாப மொழி
யவனிகா ஸ்ரீராம்

மூலநிலைகள் இங்கிருந்தே தோன்றுவதாகுக
பணிந்து...

தேனடையோடு வேர் ஊரும் பாதைவழி
இறங்கியே
என் வேட்கைத் தடங்களின் குறிகண்டு
பிணியாற்ற வாரும்
உமைக்கண்டு விலங்கெலாம் சிதறியோடட்டும்
அம்புலி எரியும் நேரம்
நேரே நீர் காண என் மரு நீங்கும்
வனமரப் பட்சிகள் அஞ்சிப்பறக்க
நிகழும்
கோரை விரிப்பில் சமர்
நாம் யாரென பிறவி ஏடு அலைய
இனம்பெருக வாக்கு சொல்வாள்
இச்சி மரத்து முதியள்
கூலங்கள் கொட்டி தீ வளர்த்தாடும் எம்முன்
பச்சைமணக்கும் ஈரத்தோளோடு தோன்றும்
இக் கிழங்குச்சதையை அறிவீரோ
எம் பெண்டிரின் குலவை திசை கண்டுவிட்டீரா
கனல்பாறையில் வெந்து சாய்கிறது மாமிசப் பொதி
காய்ச்சிய வடிநீர், புகைச்சருகு
படையல் விரித்தோம் இங்கே
இச்சாமத்தோடு வந்திணையும்...
★

எமித்தே இனப் பெண்களால் பாடப்பட்டுவந்த நிறைமதி கால சடங்குப் பாடலான இது, அவர்களின் வாய்மொழிப் பாடல்களின் சேகரிப்பான 'அம்பிகை சாகரம்' என்ற நூலில், துதியோடு தொடங்குகிற ஒரு கண்ணி.

திருமார்புவல்லி

தூர வழிபாட்டுத்தல வாத்தியங்கள் ஒலிக்கையில்
தூரல் நிகழ
அவளைக் கொஞ்சும் படுக்கைமீது
நீலவொளி முயங்கியிருக்கிறது
தாப கதகதப்பு நிலவுமங்கே
ஆவினக் குரல்கள் நுழைகின்றன
பலகணியில் மெல்லிருள் தாவரங்கள் அசைவற்றிருக்க
படரும் நிசப்த பனிப்படலம்
அம்மையிடம்
இது புலர்காலை என்று அறிவிக்கிறது
தன்னோடு புரள்பவளை மெலிவிக்கும்
காதலின்மேல்
தெய்வதம் உணர்த்தும் சேர்ந்திசை பரவும்படி
அங்கே
பின்வாயில்வழி வருகைதந்த திருவதனன்
செவ்வதரங்களில் முத்தமிடுகிறான்
தான் உடுத்தியிருக்கும்
பாலாவி துகில் நீக்கி
தன்னைத் திறப்பதான திளைப்பில் மிதப்பவளின்
செம்மையேறிய புலன்களது ஓர்மையின் விளிம்பில்
மலர்கிற சங்குப் பூ
காலத்தை நனைக்கத் தொடங்குகிறது

★

பொற்பொடியை எங்கும் தூவிக்கொண்டே
கீழ்வானில் கதிரவன் இறங்குகிறான்
தூபப்புகையில் இதச்சூடு பரவும்
ஓடுகள்பாவிய வீட்டின் மங்கலொளியில்
அவள் நாசியின் கற்துளி மினுங்க
மெருகிட்டதன் நெற்றியில்
இரண்டாவது சுடர் பதிக்கிறாள்
தனிமைகொள்வதாக
கோயிற்கோபுரம் நிறம் மாற்றிக்கொண்டிருக்க
கருஞ்சிவப்பு பச்சை செம்மஞ்சளில் மென்னகைத்தபடி
நகர்ந்தவளின் கோலத்தை
கண்ணாடி பாடுகிறது
நேர்த்திகூட்டிய அவள் கூந்தலில்
பூத்த மலர்கள்
இன்னும் விரிந்திருக்கவில்லை
அங்கிருந்து
பூசைக் கூடையோடு பருவங்களையும் அழைத்துக்கொண்டு
நீண்ட சடைக்குஞ்சங்கள் அலைக்கழிய
வீதி இறங்கிச் செல்கிறாள்
அவள் தன் நிதம்பத்துக்கு அணிவித்திருக்கும்
கொலுசின் இசையில்
உலகமே மயங்கிச் சரிகிறது
★

ஒலிக்கும் பதிகங்களின் ஊடாக
கல்யானைகளைத் தாண்டி நுழைகிறாள்
சந்தடியற்ற கோயிலின்
பெருஞ்சுவர்தாண்டி வீசும் காற்றின் ஸ்பரிசம் அவளுக்கு
உதிரும் சில இலைகளோடு நிகழ்கிறது
அகலில் சுடர் பதற
மெல்லிருளின் தனிமையில்
தரைபுரளும் பட்டாடையின் சரசரப்பு
அலையும் கேசம் திருத்தியபடி படியேறுபவளை
பிரகார மூலை மண்டபத்தில் தோன்றிய குமாரன்
இருளில் மறைக்கிறான்
வெதுவெதுப்பாக பரவுகிறது வில்வ மணம்
வாத்தியங்கள் தணிய
கம்மிய குரலில் சிதறும் சலங்கையோடு
தன்னை அதட்டிக்கொண்டே
சுவர்ப்பதுமைகளைத் தாண்டுமவள்
தன் பிரத்தியேகச் சிலையின் காதில் கிசுகிசுக்கிறாள்
அதன் முகவடிவை
தன் கண்களிலேந்தி பேசுகையில்
ஈரத்தேமல் படர நிற்கும் அவளிடம்
அது
குறும்புததும்ப கண்ணைச் சிமிட்டுகிறது
★

தாழ்வாரப் பன்னீர் மலர்களின் வாசத்தோடு
சன்னலருகே கொண்டைசூடி நிற்பவளிடம்
பிறை கிசுகிசுக்கிறது
கனவுகளோடு நகையாடிக்கொண்டிருப்பவளைக் கண்ட
அருகிருக்கும் பிரகார கோபுரப் பட்சிகள்
ஒருவேளை
இணைகூட சலனித்தபடியிருக்கையில்
அந்த வருகை இன்னும் நிகழ்ந்திருக்கவில்லை
ஊருங்குளிர்
தன் இலக்கை மாற்றிக்கொள்ளும்போது
காத்திருப்பை அளந்து சுணங்குபவளுக்கு
அது உதவியாக இருக்கக்கூடும்
நிரடும் செவ்விசை மெலிதாயொலிக்க
நிலத்தின்கீழ் புழுவொன்று வழி துருவிக்கொண்டிருக்கும்
இப்போதில்
சமனப்படமுடியாத பருவத்துக்குள் நுழைந்துவிட்டாள்
மரங்கள் அசைகின்றன
பிரக்ஞையற்ற திண்ணை உறக்கங்கள் நீண்டபடியிருக்க
மினுக்கங்கள் கூடிய வானின்கீழ்
மோப்பம் மிகுந்த நாய்கள்
தம் வேட்கையில் ஓடி மறைகின்றன
மேலும்
இப் பிந்தைய இரவின் நிகழ்வுகள் அவளுக்கு
சில நட்சத்திரங்களும்
மரங்களிலிருந்து சில பூக்களும் உதிர்வதாக இருப்பதில்
சலித்த பிறை
மௌனமாக புதையத் தொடங்க
மேனி நெரிப்பிற் தகிக்கும் திருமார்புவல்லியை
தேற்றவியலாது
காதல் மறுகிக்கொண்டிருக்கிறது
★

காலத்தின் நெரிசல்கள்

தடம் பெயர்க்கப்பட்ட
புகைவண்டிகள் நிகழாத மேட்டில் அமர்ந்திருக்கிறேன்
சேறடைந்த எருதொன்று
தொடுவானின் செம்மஞ்சளை மென்றுதீர்க்கிறது
பதிலுரைக்காத வருகையை யோசித்தபடி
கரட்டுக் காற்றில்
பனைகள் நிற்கும் சரளைநில மௌனத்தை
இன்னும் சுமக்க விரும்புகிறேனா
ஒப்பனித்து நீ
அந்தியின் தேவதையென உலவக்கூடும்
நிலவு பெய்த அன்று
அதன் சீதளம் தேங்கிய பாறைப் பிளவிடை
நம் உடல்களைக் கொண்டாடிக் கிடந்தபோது
நீ கிசுகிசுத்த
உதிர தினங்கள் ஞாபகத்தில் தெளிவற்றிருக்கின்றன
காலத்தின் நெரிசல்கள் திணறச் செய்ய
திரும்புகிறேன்
முன்னம் வழியில் தவிர்த்துவிட்டிருந்த
நம் சந்திப்பின்தலத்துக்கு
சிறுக்கும் வெளிச்சத்தில்
அதன் கற்கோபுரச் சுதைகளை துதித்தவாறு சுற்றிவரும்
மனிதர்கள்
எதையும் பொருட்டின்றிக் கடக்க
பிரகாரத்துக்கு வெளியே பேச்சரவம்
மேலும் அது ரகசியமாக ஏங்கச் செய்கிறது
நீ என்பது கனவின் சாயலா
ஒருவேளை

வீசும் இக் காற்றில்
சருமத்தின் மயிர்க்கண்கள் விதிர்த்திருக்க
கொல்லையில் அமர்ந்தபடி உன்னை நட்சத்திரங்களுக்குத் தந்திருக்கிறாயா
கூடிணைந்த பறவைகள் சர்ச்சையில் ஈடுபட
இங்கே
எதுவும் என்னை குணப்படுத்தப்போவதில்லைதான்
மதிற்சுவர் பிளந்த வில்வம் வியந்தசைகிறது
இதோ
உனது ஆழங்களில் எதிரொலிக்கும்படி குரலிடுகிறேன்
★

வௌவால் தொகுதி

உன்னால் ஞாபகம்கொள்ள முடிகிறதா
அது
மெலியத் தொடங்கியிருந்த
முழுநிலவின் தினமாக இருந்தது
காய்ந்த மரக்கட்டைகளோடு தேனடையைச் சுமந்தபடி
குன்றின் உயரத்திலிருந்து சிலர் இறங்கினர்
அதன்
தொலைவாக நீளும் அடிவாரத்தின் பாறைகளருகே
நம்மை வழங்கிக்கொண்டதன் பாவனையென
சுனைநீர் தேங்கும் பள்ளமொன்றில்
தண்டுகளோடு மலர்கள் அசைந்தன
அதுவொரு
வெள்ளரி மணம் பெருகத்தொடங்கிய பருவமும்கூட
இது கனவின் சித்திரமாவென சந்தேகித்தபடி
என மெலிவிக்கும் முகவடிவை வரைந்துபார்க்கிறேன்
உன் தேர்வென்பது தருணத்தின் உடல்களா
மேலும்
இங்கே அமரவைத்திருக்கிறாய்
இந்த அறைக்குள் சுழலும் ஓர்மைதான் காலம்
அதில் இசையாவது
கலவியின்போது குழறிய உன் காதலின் வசை
இன்னும் சொல்வதானால்
காய்ந்த புற்கள்பாவிய வறண்ட நிலத்தின்
கரட்டு விலங்குகள் திரிகிற
மதியச்சூட்டின் தனிமையும்தான்
சமரசமற்ற உன் விருப்பின் அலைதலில் நேர்ந்த
கண்டடைதல்களை பகிர்ந்துகொள்ளும்
தற்போதின் துணையை அறிந்திருக்கவில்லை

பெருமரங்கள் நோக்கிய வெளவால் தொகுதியொன்று பெயர்ந்துகொண்டிருக்க
வசிப்பிடங்களுக்கப்பால் திறந்துகிடந்த
நம் டிசம்பர் மலர்வனம் விரிகிறது
அதன் அந்திகள்
எத்தனை இணைகளைக் கண்டிருக்கக்கூடும்
நிகழ்ந்த மோசமான தினங்களிலிருந்து விடுபடலாம்
பெருவிலங்குகள் இணை சேரும் அன்பின் காலமிது
மௌனத்தில்
உயரமான அலைவாங்கிகளின் விளக்குகள் மினுங்கும் இந்நேரம்
நம்மில் நிகழும் வேதிமையை யார் அனுமானிப்பது
மஞ்சத்தில் சாய்ந்திருக்கிறாய் பொம்மி
நீ சூடிய மல்லிகைச்சரங்கள் தனங்களில் புரளும் மெல்லிரவிது

★

தொற்றிப் படர்கிற மணம்

தட்பவெப்பம் குழம்பி வந்துசேர்ந்திருக்கும்
இந்த வேனிற்காலத்தின் மலை விடுதிகள்
இணைகளோடு நிரம்பியிருக்கக்கூடும்
உன் பித்தத்திலிருக்கிறேன்
கடத்தமுடியாத நிறைய விஷயங்களோடுதான் அனைத்தும்
விழிப்பென
அடிக்கடி உடல் விதிர்க்க பிரசன்னமாகும்
உன் முகங்களில்
கனவின் நிறங்களையா ஒத்திசைக்கிறேன்
உண்மையில்
வசீகரமான காலங்கள் வெளிர்வதாக அனுமானிக்கையில்
அருகாமையில்
நிழலென ஒன்று சுவடின்றி ஊர்ந்து மறைகிறது
சொல்
அந்த முன்னிரவு விரிசலிட
கையோடு எடுத்துச்சென்றுவிட்டிருந்த
என் உடலின் அவயங்கள்
உன்னிடம் என்ன பகர்கின்றன
உப்புக்காற்று வீசும் இந்நேரம்
அமைதி ஒண்டிய தெருவின் வாடகை உப்பரிகையில்
நிலைகொள்ளாது
ஊனுடல் புகைத்துத் தள்ளுகிறது
நீயோ
தொலைவானில்
தயங்கி நகர்கிற இந்த வளர்பருவ நிலவின்மேல் அது
படிவதை
திறந்தேகிடக்கும் உன் ஜன்னலில் காண்கிறாய்
உனது இமைகள் வேகம் கொள்ள

தற்போது எங்கும் ஒரு பேரமைதி சூழ்வதாக உணர்கிறாயா
நல்லது
அடர்கூந்தலில் முல்லையருவி வழிய நிற்கும் தேவி!
உனது தேர்வின் களிப்பில் நிலவு
சலிப்பற்று
அண்மைக் கடலின் குரல் மோதுகிற இந்த இரவை
தொற்றிப் படர்ந்துகொண்டிருக்கிறது
உன் மணம்

★

பூமிமீது பேச்சிழப்பு

கண்காணிப்புக் கலங்கள் தொலைவான சத்தமிடும்
திசையின்
கரையில்
மெல்லிய சிறு மார்கச்சையும் கவண்வடிவ கீழ்சராயும்
அணிந்த
புட்டங்கள் மினுங்கும் பெண்கள் அல்லது
ஏறித்தாழ்கிற அலையின் படகில்
துடுப்பசைத்துச் செல்லும் ஓவிய மீனவன்
ஏதும் தென்படவில்லை
மதுவின் கடுத்த வாடையோடு
விலகியிருப்பவளைச் சுமந்துவந்திருக்கும் ஒருவனை
ஒருவேளை
இதுபோன்றதான காட்சிகள் இலகுவாக்கிக்கொள்ள
உதவலாம்
பெரும்பாலும்
உடல்மணக்க மிதந்துசெல்லும் இணைகளைக்
காண முடிகிறது
தேக மயிர்களை குத்திடச் செய்யும் காற்றில்
ஏங்கிக் குவியுமென் வறண்ட உதடுகள் நீளும்போது
அவளின் பிடரி வெப்பமுணர்ந்த அலைகள்
எழும்பி ஓலமிடுகின்றன
புகைத்தபடி பாதங்களைத் தொடர்கிறேன்
அதன்வழியில்
நாணல்கள் மண்டிய ஒதுக்கமான சிறு தடுப்பின் மறைவில்
மண்கலங்களின் நொதிகூழை அருந்திய சிலர்
கடற்கன்னிகளின் பழம்பாடலொன்றைப் பாடுகிறார்கள்

அது
ஸ்திரீலோலனான கிழக்கின் கடலோடியைத் தேடித்திரியும்
ஒரு சமுத்திரக்காரியின் சாகசம் பற்றியதாக நீள்கிறது
தற்போது இவ்வுலகின் ஒரே கடமை
என்னை ஆசுவாசப்படுத்துவதாகத்தான் இருக்கமுடியும்
இருள விரும்புகிற இப்புவிமீது பேச்சிழந்திருக்கிறேன்
சட்டென
தாழ்வாக நகர்ந்த கருமேகங்களின் அதிர்வோசை
சென்ற திசையை
அனுமானிக்க முடிந்திராதபோது
வானம் நீரை சொரியத் தொடங்கிவிட்டது
பாகனைச் சுமந்த வாடகைப் பரியொன்று விரைகிற
மணல்நிலத்துக்கு அப்பால்
கடலின் பரப்பு
ஒருவித அமைதியோடு தளும்பிக்கொண்டிருக்க
தூரப்பாடலில் அலையும் ஒருத்தியோடு நனைந்தபடி
தொலைவாகிக்கொண்டிருக்கிறேன்
★

தீர்த்தாடும் காலம்

1
சேதியை
காதில் ஒற்றிச் சென்றது மலைக்காற்று
வான்
நிறங்களை குழைத்துப் பயிலும் இந்நேரம்
புல் பாதையில்
கால்வளையொலித்து வருகிறாய்
ஆடை தாண்டி கனிந்தொளிரும் உனது ரூபத்தை
புனைந்து பார்க்கும்
இவ்வுலகின் தாபம் கதறிச் சாகட்டும்
உன் மனவடிவென அசையும் இந்நில சாமந்திகள்
உடல் கரைக்கும் இச்சிறுபொழுதின்
புனைவுகள் போதும்
கழுத்துமணியொலிக்க ஆவினங்கள் திரும்புகின்றன
பழங்களைச் சூடியிருக்கும் மரத்தின் அடிப்பொந்தில்
ஊரும்
சிறு பூச்சிகளுக்கு
செடிகளின் இலைகளைப் பறித்தளித்தபடியிருக்கிறேன்
வழியில்
கடமான்கள் அதிகம் திரிகிற
வெண்டாமரைப் பொய்கையை
கடந்துவிட்டாயா பெருவடிவே!
வா
நறுமணக் கொங்கைகளின்
நிழலுக்கு
யுகங்கள் தாபிக்கின்றன

2
இரை கவ்விச்செல்லும் நகங்களென
நீ பற்றி
முறித்துச் சிவந்துகிடக்கிறது யாக்கை
சற்று அதைத் தணிக்க
நல் முகூர்த்தம் இதுவாகத்தான் இருக்க முடியும்
கருணையே!
வா
ரத்தம் துளிர்க்க
உனது பால்நிற முன்பற்களால்
பொரிந்த என் மார்புமுனைகளையேனும்
பறித்துச் சென்றுவிடு.

3
சிதறும் இருளின் துண்டுகளாக பறவைகளை
வானம் சலனித்துக் காட்ட
காலையென விடிகிறாய்
பொற்கிடுகால் வேயப்பட்டிருக்கிறது உலகம்
விரிந்த நிலத்தின் மடியில்
பூத்தசைகிற மலர்கள்
புணர்ச்சியை வருடுகின்றன
அருகே
உன் கண்களின் நிழல்கள் அலைகிற குளத்தில்
வெளிறிய பழுக்காவி நிறத்துச் சூரியன்
மிதப்பதைப் பார்க்கிறேன்
நகரும் காற்று
சங்கொன்றின் விம்மும் இசையைச் சுமந்துசெல்ல
அதில் கனவேகிய விலங்கை
இக்கூதிர்காலப் பொழுது பணிக்கிறது
அசையில்
நுரைத்துப் படர்த்திய எச்சிலோடு
வெம்மையையும் மேய்ச்சலையும் நோக்கி
தொடங்கிய அதன் பயணம்
தேவியின்
பாத கமலத்தை அடைந்தேவிட்டது

4

உன் கவணிலிருந்து உந்தப்பட்டு சிறுகல்லென
இங்கு பாய்கிறேன்
நிலா தன் ஒளியின் சிறு பங்கை
அருகே
வட்டமாக வரைந்துவைத்திருக்கிறது
அதன்கீழ்
கனவு காய நிற்கும் துயர் நிழல் நான்
புள்ளினங்களின் மெல்லரவம்
கனவில் ஒலிக்கிறது
அதன்மேல் அசைகிற
சீரற்ற மரக்கூட்டங்களுக்கிடையே
கலைக்கூடப் பிடியிலிருந்து
விடுவித்துக்கொண்ட பதுமையென பிரசன்னமாகிறாய்
அண்மையடையச் செய்திருக்கும் வேட்கை
உடல்களில் எம்பி
தித்திக்கும் உன் தனங்களின் கனிமையை
இந்த நெஞ்சுக்கு வழங்குகிறது
கமலவாயுண்ண பசித்திருக்கும் இந்நேரம்
உனது கண்கள் யோசிப்பதைப் பார்க்கிறேன்
அது நம்மை
புன்னைகள் நிற்கும் பாதையில்
நதியின் கரைக்குச் செலுத்துகிறது
அதன் மடி சாய்கிறோம்
சில்லிடும் புதிய காற்றின் உபசரிப்பில்
மனம் வியர்க்க
இசைக்கும் உன் வாய்மொழி
நம் கனவுகளின் யாத்திரையை தொடங்கிவைத்துவிட்டது
திணைமுதல்வி!

5
கனவுகள் தேக்கிய
ஏதிலிக் கரங்கள் உனது
பொன்வண்ண நகில்களிடம் தஞ்சமடைய
உறங்கும்
அவற்றின் கடல்கள் விழிக்கின்றன
ததும்பி வியாபிக்கும் அவற்றின் கருணை
தலைகோதி
வழங்குகிறது உயிர் திரவத்தை
இப்போது
உன் பார்வையில் சலனிக்கும் மஞ்சள்நிறக் காகங்கள்
திசை கடக்கின்றன
தளிர்தேகத்தில்
மாலையெனச் சூடியிருக்கும் என்னிடம்
மாய்மைகளைப் படைக்க
கருவாய் மலர்கிறாய்
உன் மனச் சின்னத்தைத் தெண்டனிடுகிறேன்
விளிம்பில் மென்ரோமங்கள் அரும்பிய
அதரங்கள் சுற்றி
கூர்நாடி சங்குக் கழுத்து
முகடுகளின் உச்சியில் கூர்ந்த கண்கள் தீண்டிச்
சரிய
அணிகலன்கள் கிசுகிசுக்கின்றன
அசைகிற பெரும் மஞ்சளில் ஊர்ந்தடைந்த
சமவெளியில்
மணக்கும் பூந்துகள்கள் பாவி மறைந்திருக்கும்
சித்திரவம்பலத்தைக் கண்டுகொண்டேன்
பெருந்தேவி!

6
தீண்டவியலா நிலத்தில் முகிழ்க்கிற
புலன்களின் நிறமைகளைச் சுமந்தபடி
உன் மையல்மேனி நோக்கி
இடம்பெயர்கிறேன்
அக்கோலத்தை
மிதக்கும் உன் வானிலிருந்து
இமைதாழ்த்திய நீள்நயனங்களால் காண்கிறாய்
இரங்கி
உன் மனவடிவு
தன் அகண்ட சிறகுகளை மடித்து அமர்கிற
என் யாக்கை ஒரு வாத்தியம்
இப்போது
விம்மி அகலிக்கும் அதன் தந்திகளை இசைக்கிறாய்
அன்பின் பொற்காலம் தொடங்கிவிட்டது
பெருகும் நாத வெளியில்
சூல் முற்றிய
புத்துயிர்களின் ஓடுகள்
விரிசலுறுவதை அறிகிறாயா
தெய்வதமே...
கமலச்செல்வி!

7
ஈரத் தூரிகையால்
பூந்தசைகளைத் திறக்கிறாய்
அதன் கலைத்துவமறிகிற உலகெங்கும்
பனிமீன்கள் சிலும்பிப் பாய்கின்றன
அங்கு மிதக்கும்
தனியின் உயிரில் தோன்றும் குழறல்
நிரம்பியொழுகும் இத்தருணத்தின்மேல்
கட்டவிழ்ந்த உன் கூந்தல் திரிகிறது
மூடிய விழிகள் உயர்த்தி அப்படி எதைக் காண்கிறாய்
பத்மாசனி!
நீயென்பது
கனிந்துகொண்டிருக்கும் பருவம் வழிய
என்னில் நடனிக்கும் நல்தேகம்
அல்லது
உயிர்பெருக்க
கருணைகொண்டிருக்கும் வேதிமை கசிகிற மடை
பற்களின் பிடியிலிருந்து இதழை விடுவி தேவி!
போதும்
தாகித்திருக்கிறேன்
புருவமுயர்த்தி
கருணை பூத்த உன் முக வனப்பிலிருந்து
தாவுகின்றன மகிழச் சொற்கள்
அவை
அவ்வளவு வழவழப்பில் நிலவி
ஏறித் தாழ்ந்தபடி எங்கோ நீந்துகின்றன

8
இப்போது நான் எனக்குச் சொந்தமாக இல்லை
ஆகவே அறிவேன்
உன்மேல் அதிக காதலை உபயோகிக்கிறேன் என்று
மேலும்
உனக்குக்கீழ் இருக்கையில் தீங்கு நேர்வதில்லைதான்
நீயற்ற உலகில் எதைத் தேடியலைவேன்
இவ்வேளையை பற்றி தனிமை வளர்கிறது
எங்கும் பெருக்கம்கொள்ளும் நீல ஒளியில் இடறிய
பேராந்தைகள் கிறீச்சிட்டபடி சடசடக்கின்றன
பிறையோ
தொலைவில் அசைகிற இச்சி மரத்தின் கேசத்துக்கு
தன்னைச் சூடிப் பார்க்க
அதன் அமைதியில்
எனையொத்த திணை அலைக்கழிகிறது
நீ
பொழுதுகளுக்கு வெளியே திறந்துகிடக்கும்
இளஞ்செவ்வாம்பல்
வனப்புத் தரித்த ஈனாவாழையும்தான்
உன் நெற்றியிலிருந்து பாதம் வரை வழிகிறேன்
சொல்
இது உடல்களின் காலம் இல்லையா
மெலிதாக அது
மூங்கிற்குழலை தொலைவில் கதகதப்போடு
இழையச் செய்ய
கிறங்கிய அவயங்கள்
இருள் கவிவதுபோல் ஒன்றுகூடத் தொடங்கிவிட்டன
விருப்பநோயில் முற்றிப் பழுக்கும் அன்பில்
அங்கே
செழித்து அசைகிறாய்
அதன் கிளைகளைப் பற்றியவாறு தழைக்கிறேன்
★

காதல் மதியம்

விலங்குகள் இளைத்துக்கொண்டிருக்கும்
இக் கடுவெயில் காலத்தின் அகண்ட வயலிடை
வெடித்துக் கிடக்கின்றன பாறைகள்
அதனிடையமைந்த தாழ் மண் குடிசைகள்
நல்ல புணர்ச்சிக்குத் தோதானவை
பூங்கச்சை துறந்து
முற்றிய சோளத்தட்டைகள் அசைகிற பின்புலத்தில்
நீ வந்துகொண்டிருக்கும்
மஞ்சள் வெளியை வரைந்து பார்க்கிறேன்
கனிந்த பழங்களை
ஆர்வமாக உண்டு தாவுகிற வாயாடிக் கிளிகளின்
இசைக்கோலம் ஓய்வதாயில்லை
உன் தீனியாக விரும்பும் கனவுகொண்ட அவயங்கள்
கசிந்துகொண்டிருக்க
யாருடைய உறக்கத்தின்மீதோ கரையவென
காகமொன்று அவற்றைக் குறுக்கிட்டுச் செல்கிறது
மேலும்
இது எவ்வளவு தனிமைத்துயர்
சாணம் மெழுகிய உனது குடிலின் கழியில்
கன்னம் உப்பிய ஆடொன்று
முடிச்சிட்ட கீரைக்கட்டுகளுக்கென
உடல் தூக்கி யத்தனித்துக்கொண்டிருக்கக்கூடும்
விரித்த கோரைப்பாயில் சாய்ந்திருக்கிறாயா
மனக்கலவி என்பது பாலைத் திணை செல்லமே
இது காதல் மதியம்
வேண்டும் நம் தற்போதைய விருப்பின் ஒரு புதைவு
வீசும் காற்று
இந்நிலமெங்கும் மிதக்கிற வெக்கை கலைத்தபடி

மர இலைகளை உதிர்க்கச் செய்கிறது
சடைகள் வழிய ஒதுங்கி வாழும் ஆலின் நிழலில்
சுணங்கும் மலர்ச்சரத்தின் வாசம் மெலியும்
இத்தருணத்தின் மீது
சாரல் இறங்கிக்கொண்டிருக்கிறது
★

சுனையின் உதடுகள்

முடிந்த மாலைச் சந்தையில் நிறுத்திய
வண்டிகளருகே
நச்சரிக்கும் உண்ணிகளை விரட்டியவாறு
கலப்பினக் காளைகள் அசதியை மெல்கின்றன
அலையென
நுழையும் மென்சாம்பர்நிறச் சீதளம்
இப் பழந்தடாகத்தில்
மல்லாந்த வியர்வைத் தாமரைகளைத் தீண்டிச்செல்ல
உதிரும் படிக்கட்டுகளில் அமர்ந்தபடி
வாய்மலரும்
பெண்களின் சருமங்களில் கசிகிற இசையின் குறுக்கே
ஞாபகமொன்று வெட்டி மறைகிறது
பெருந்தீனியில் விருப்புக்கொண்ட உன் அன்றாடம்
படல் சூழ்ந்த குடிலின் சாளரங்கள்வழி
அது
ஒரு திசையிலிருந்து மறு திசைக்கு
சூரியனை நகர்த்த மட்டுமே கழிவதாகப் பகர்ந்திருக்கிறாய்
ஒருவேளை
என்னை அடையமுடிந்திராத செய்தியொன்று
உன்னிடம் மிச்சமிருக்கவேண்டும்
திரிந்த
பூமியின் ஒருபுறத்தை மறைத்துயர்கிற மலைவிளிம்பின்
ஆடுகள்
மேய்ச்சலில் சலனிக்கையில்
பசியும் அடக்கிய காமமும் பெருகி
ஊர்புக எண்ணும் மலையனொருவனின் படிந்த
வெப்பமான மூச்சு
நெடுகப் பித்தேற்றுகின்றன

விரியும் பாறை முடிச்சுகளின் உச்சிதாண்டி
வெளிச்சம் சிறுக்கும் வானின் முதிர்நிலவோ
அலையும் ஒரு பசலை
மேலும்
அடிவாரக் காடுகளிலிருந்து நுழைகிற தானிய மணம்
புலன்களின் அணக்கம்
தன் தோளைப்பற்றும் மனச் சமன்களை
வேறு துருவத்துக்கு உந்திவிடும்
இப்பருவத்தை
வெம்மை தேக்கிய பாறையில் சுரக்கும்
இச்சுனையின் உதடுகளிடம்
ஒப்படைத்துக்கொள்கிறேன்
★

பைத்தியம் பிடித்த தலைப்பிரட்டைகள்

மெல்லிய ஒளிகவிந்த அறையின் மேசையில்
மதுக்குடுவையோடு
திண்நீரில் வனைந்ததென கவிழ்த்துவைக்கப்பட்டிருக்கும்
கோப்பைகள் அருகழைக்கின்றன
இக்காலத்தின் ஆபரணமென
உன் முகம் மிதக்க
சாம்பல்நிற அமைதியின்மேல் விரிந்துகிடக்கிறது நிலம்
ஊடுபயிரென நாரைகள் விளைந்திருக்கும் வயலில்
ஆவினங்கள் ஆங்காங்கே சலனிக்க
என்னிடம்
உச்சரிக்கத் தவிர்த்த விருப்பங்களை
தனிமையின் மௌனத்தில் அங்கே நீ
சொல்லிப்பார்க்கவும் கூடும்
உன்னை எங்கே வைத்திருக்கிறாய் பொம்மி
மேலும் அந்த மரம்
அப்படி நிற்கிறது
மொய்க்கும் தவளைகளின் குரல்கள் கூர்ப்படுத்தும்
தனிமைவேளையில்
பவளவாய்க்கிளியே,
யாரும் நடமாடியிராத இத்திணையில்
இரக்கமற்ற புலன்களோடு
விநோதச்சூடும்
புதிர்விரிகிற நறுமணமும் சுழல்கிற
மேகங்களை மழைநீராக்கிவிடுகிற
உன் உடலெங்கும்
பைத்தியம் பிடித்த தலைப்பிரட்டைகளாக
திரிந்துகொண்டிருக்கிறேன்

★

நீ
பௌர்ணமி அல்லது முழுநிலவு
எனது பரவசமும்தான்
மேலும்
வளர்ந்துவரும் மாம்பிஞ்சு
இன்னும் ஓடுடைந்திராத
சூலுற்றிருக்கும் ஒரு மொழி
நான்தான் அதை மிழற்றும் பிள்ளை
மேலும் ஆனாய்
இந்த உலகின் ஒரே அற்புதமாக
நீ என்பது
அனைத்துப் பருவங்களையும் தீண்டிச்செல்வது
அல்லது
எனது உறக்கத்தின்மீதான இலையுதிர்காலம்
பின் அதீதம்
கடக்கமுடிந்திராத ஒரு பிறவிநிலமும்தான்
நீ
பேரண்ட இயக்கத்தின் ஓசையை
இசைத்துக்காட்டும் சங்கு
மற்றும்
என்னை இந்த உலகுக்கு இறக்கிவிட்ட
கருணைமிக்க ஆதிவாய்
அது நீதான் பொம்மி
என்றும் சொல்வேன்
★

தனிமை சரசரக்கும் பாதையில்
சுள்ளிகள் சுமந்தவாறு
நீ சென்று திரும்பும்வேளைகளில்
சந்தித்துக்கொண்ட நம் கண்கள் எதைக் கிசுகிசுத்தன
அப்போது
மான்களும் பறவைகளும்
மௌனமாக நம்மைக் கவனித்ததை அறிந்திருந்தாயா
வா! உன்னை
தடித்த மரங்கள் சூழ்ந்திருக்கும்
பரந்த என் வயல் குடிலுக்கு அழைத்துச் செல்வேன்
இள மாமிசத்துடன்
காட்டுக் கீரைகள் பருத்த கோரைக் கிழங்குகள்
காட்டுப் பறவைகளின் முட்டைகள் பரிமாறுவதோடு
விரிந்த உன் கேசத்துக்கு
கொன்றை ஜுவாலையைச் சூட்டி மகிழ்விப்பேன்
கட்டுத்தறியில்
கொழுத்த எனது வளர்ப்பு எருதை
கயிற்றிலிருந்து விடுவிப்பேன்
உனது கனவுகளுக்கு அர்த்தம் கூட்டியவாறு
தாவர மணம் நிலவுமங்கே
உயரே அமைத்த மரவீட்டினுள் அமர்த்தும்போது
பறித்த நாவற்பழங்களை நீ உண்ணச்செய்வாய்
அவை உன் நாவை ஊதாவாக்கும்
கூடவே
புத்துலகத்தை தீண்டித் திரும்பும் அத்தருணத்தில்
ஒரு நிறமும் நம்மோடு பயணித்துத் திரும்பும்
அங்கே
முற்றிய காதலின் வடிவத்தை
நிலவு அடைந்திருக்கும்போது
பொம்மி,
தடித்த மென்விரிப்பில் மலர்த்திக்கொண்ட
உன்னருகே
நீ விரும்பும் மூங்கிலை இசைத்து
காலம் நழுவ உன்னை உறங்கப்பண்ணுவேன்
★

இலைகள் உதிரத் தொடங்குகிற பருவத்தில் வீசுகிற
அம்மலையின் முதற்காற்று நிகழ்ந்தது
அங்கே
தூண்டிய நெருப்பின்முன் அமர்ந்திருந்தோம்
உன் விரல்களில் வாழும் கோப்பையில்
பானம் தீர்ந்திருக்கவில்லை
ஆக மிச்சமாக எஞ்சியிருப்பதின்
உரையாடலை
என் இதழ்கவ்வி நிறுத்தியபின்
ஆடைகளை உரிக்கத்தொடங்கின உன் தேர்வில்
நானிருந்தேன்
நீலத்திலிருந்து
மெல்லிய அருவியொன்று இறங்குகிற ஓசையோடு
இதமான தனிமை வழங்கியபடியிருந்த
அப்பிரதேசத்துக்கு
நன்றியை முணுமுணுத்தபடி
மென்சூட்டில் தொடங்கிப் பதறும் உடல்களோடு
புளித்த மதுவில் மிதக்கும் நாவைப் பகிர்ந்துகொண்டோம்
ஆடை விலக்கி
உன்னில் முகிழ்த்திருந்த இளஞ்சிவப்பு திராட்சைகளை
உண்ணத் தந்தாய்
உனது நயனங்கள்
அப்போதுதான் பிறந்த நிறத்தில் மின்னின
மேலும்
நீ அழைத்துச்சென்ற பாதை அடைந்த சமவெளியில்
தடாகமொன்று கசிந்தபடியிருக்க
அதில்
நீங்கவியலாத எருதென
விம்மும் தாமரை இதழ்களை உண்டபடி கிடந்தேன்

நம்மிடையே பிறந்த மொழி
புதிய வாத்தியங்களை இசைத்ததன்வழியாக
சில்லிடும் காற்றை வந்தடைந்தோம்
அப்போது
எனது மார்புமுனைகளை
சுனையெனச் சொல்லியபடி
நீ திளைத்து நிலவிய காலத்தில்
பொம்மி,
எனது புலனில் புதிய உறுப்பொன்று பிறந்திருந்தது
★

சதுப்புநில பொம்மி

ஜீயஸின் குமாரத்தியே
அஃப்ரோடைட்
நிலைகுலையச் செய்யும் தவிப்புகளோடு
கண்ணீர் பெருக
அவளுக்கென இனி உன்னிடம் இறைஞ்சப்போவதில்லை
உமது மாய்மைகளின் இராஜ்ஜியத்திலிருந்து கிளம்பி
பறவைகள் பூட்டிய பல்லக்கில்
எனக்கு நீ பிரசன்னமாக வேண்டியதிருக்காது
ஆகவே
புள்ளினங்களின் வானில் அவற்றை விட்டுவிடு
தொல்ஞாபகமென விரிந்த கானகவெளியில்
உயிரியொன்று தன்னைப் பெருக்கம்செய்யும்
கனவுகொண்ட நாளில்
என்மேல் காதல் பெருகிவழிந்தபோது
சதுப்புநிலவாழ் பிராணியைப் பரிசளித்துக்கொண்டேன்
அம்மகிழ்ச்சிக்குப் பின்பாக
சங்குக் கணையாழிகளை
சாகசம்வனையும் மென்விரல்களை
தன்னை மலர்த்தி கொடிகளில் அசையும்
நறுமணவர்ணம் சூடிய மலர்களை
வழியும் உடலின் நீர்மையை
கூழாங்கற்களால் தொடுத்த ஆபரணத்தை
புலன் கிளர்ச்சிக்கும் எச்சிலை
தாவரங்களை கிழங்குகளையென வழங்கி
பருவத்தில் சினைத்திருக்கிறேன்
பாலினங்களை அறிந்திருப்பதாகக் கூறிய சிலர்
என்னை எச்சரித்துச் சென்றனர்

உன் தந்தை
அங்கு என்ன செய்துகொண்டிருக்கிறார்
திணைக்குட்பட்டிரா இசை பெருகும்
இக்கார்காலத்தில்
அலகில் துள்ளும் மீன்களோடு கடற்காகங்கள் பறக்க
நண்டுகள் தம்மைப் புதைத்தும் வெளியேறியும் திரிகிற
இம்மணற்கரையிலிருந்து விரிந்து தளும்பும்
சமுத்திரத்தின் முன்பாக
துயரின்றி
என்னை ஏற்றுக்கொள்ளச் சம்மதித்துவிட்டேன்
பிரார்த்திக்கும் இனத்துக்காக நீ அளிக்கப்பட்டிருக்கிறாய்
பரவாயில்லை
அவர்கள் இருக்கப்போவதில்லை
கேள் அஃப்ரோடைட்!
இனி
திளைத்துநிலவும் எனதுலகையும்
நானே ஈனும் இனத்தையும் எங்கும் பெருகப்பண்ணுவேன்
★

(சாப்ஃபோ, கிரேஸ் கெல்டர் ஆகியோருக்கு)
கிரேஸ் கெல்டர்: தன்னைத்தானே மணம் புரிந்துகொண்ட
இங்கிலாந்துப் பெண் புகைப்படக் கலைஞர்.

பொம்மி
உன் நினைவு
என் அடிவேர்களில் கிழங்கு வைத்துவிட்டது

இந்த மலைச் சிகரத்தில்
குறிஞ்சிகள் காத்திருந்து
அதன் பருவத்தில் பூத்துக் குலுங்குகின்றன
தைலம் காய்ச்சும் ஆலைகளில்
எழும் புகை மஞ்சு மூட்டத்தில் ஊடுருவிக்கொண்டிருக்க
பெரணிகள் மண்டிய இக் குளிர்ப்பாதையில்
மெல்லிய இருமலோடு
உனக்கான பயணியாக நடந்துகொண்டிருக்கிறேன்
ஸ்வெட்டர் அணிந்த மனிதர்கள்
என்னை இரங்கிய பார்வையால்
கடந்து செல்கின்றனர்
அருகருகே
இரகசியமாகப் பாயும் ஓடைகளின் ஒலியை
உன் அனுமதிமிக்க வார்த்தைகளாக உள்வாங்குகிறேன்
அதுவொரு புகைப்பானின் கடைசி இழுப்பைப்போல்
கதகதப்பாக்குகிறது
தடித்த போத்துகள் தின்னுவாரற்று
பேரிக்கனிகள் சிதறிக்கிடக்கும் இந்நிலத்தில்
நம் கூடலுக்கான கரும்பாறை
உணவுக்குப் பிறகான யானையைப்போல்
அமைதியாகக் கிடக்கிறது
ஏனிந்த தாபம் பொம்மி...
உடலிறுக்கி உதடுகள் மூழ்கும் நம் ஆலிங்கனத்தில்
மண்சரிவுகள் உண்டாக்கும் இப்பூமி
உன் தாய்நிலமா
உனது குறிஞ்சிகள் பூக்கும் காலத்தில்
வந்திருக்கிறேன்
★

சோம்பலான
இவ்வேளை அடிவானத்தின் குன்றுகளில்
பனி புகைந்தெழும்பிக்கொண்டிருக்க
வயிறுகளைக் காட்டிச்செல்லும் பறவைகள்
உதிர்க்கும் சொற்களோடு ஒலிக்கிறது
தூர தேவாலயத்தின் காலமணி
நிகழ்ந்த
இரவின் உரையாடல் இன்னும் நின்றபாடில்லை
வரைமேஜையில் அமர்ந்து
தைலவண்ண ஓவியமொன்றை
இப்போது நீ தீட்டிக்கொண்டிருக்கலாம்
உன் இசைக்கிண்ணம் ஒலிக்க
கதகதக்கும் வெம்மையின் படுக்கையில் கிடக்கிறேன்
கால்வாயில் துள்ளியவாறு நகரும் மீன்கள்
தங்கள் நீர்நிலைகளைச் சென்றடையக்கூடும்
ஒன்றின்மேல் ஒன்றாக ஊர்ந்துதிரியும் இப்பாலையிரவில்
இரயில்பூச்சிகளின் பாதைகளுக்கு
இன்னும் நீ வந்துசேர்ந்திருக்கவில்லை பொம்மி
இந்த சீதளப் பருவத்தில்
உன் நினைவு
என் அடிவேர்களில் கிழங்கு வைத்துவிட்டது

★

தோன்ற யத்தனிக்கும் நிலவோடு
இன்றைய தினத்தின் அந்தி
சுடர்த்த உன் ஞாபகத்திருமேனியை
அழைத்து வந்திருக்கிறது
நீளமாக பறந்துசென்று இரைக்கலைந்த பறவைகள்
குளிர்வானில் கூட்டுக்கு விரைய
விளைந்தோங்கி நிற்கும்
வாழை வனத்தினூடே திரிகிறேன்
ஈரநிலத்தில்
கால்கள் இசைக்கும் சரசரப்பில்
பெருத்த தண்டின்மேல் இருந்து
அரவமொன்று என்னைக் கவனிக்கிறது
அழைப்போ செய்தியோ
வந்தடைந்திராத கூதிர்காலப் பொழுதில்
வெம்மைபரவும் இவ்வுடலின்மேல்
வாழைமரத்திடம் அன்பிருக்கும்வேளையில்
நீ என்ன செய்துகொண்டிருக்கிறாய்
இந்த தூரம் கடக்க முடியாததுதானா
மேலும்
உன் வாசல் மறித்து நிற்பதை இப்போதேனும் சொல்
வன் தனிமையில் உழன்று எரிவாயெனில்
இமைக்கும் மீச்சிறு காலத்தில்
உனக்குதவ
இப்போதே அனுப்பிவைக்கிறேன் பொம்மி
இந்த அரவத்தை

★

மழைக்காலப் பாடலொன்றை இசைத்தவாறு
ஆசைகளின் அடிவாரத்தில் திரிகிறோம்
சில்வண்டுகளின் சேர்ந்திசையோடு
அடர்கிறது நீளிரவின் மணம்
இந்தப் புதிய அருகாமை
வலைபோன்ற
பூக்கள் மலர்ந்திருக்கும் கழுத்திறக்கமான
உன் இரவாடை
மேலும்
பித்தேற்றும் அதன் உராய்விலிருந்து
ஒளித்துவைத்திருந்த காதலின் வெம்மைக்கிணங்கி
இப்போது
முத்தங்களை உண்ணத் தொடங்கிவிட்டோம்
தொட்டிச்செடிகள்
அதை தியானத்தில் கவனிக்கின்றன
பருத்திப் படுக்கையில் சரிந்து
செழித்த உடலின் மெதுமையில் அலைகையில்
எங்கோ தழும்பும் பேரிசையானது
வழிந்து அதிர்கிறது
உன் கண்களிலிருந்து
வெந்நீர்ச்சுனைகள் பெருக்கெடுக்கின்றன
அதை நாவால் ஏந்திப் பருகியவாறு தொடர்கிறேன்
உனது அதரங்கள் புரளும் காலத்தில் தொடர்ந்த
பெரு இயக்கத்தின்பின்
வந்தடைந்த
சிவப்பு ஆதாளைச்செடியில் வழியும்
சாறுகொண்டு துடைத்த
ஒளிரும் கொழுமையான மென் கன்னங்களில்
அளைகிறேன்
தலைக்கேசம் பிய்த்து குழறுகிறாய் பொம்மி
இடமும் காலமும் அற்று
உயிர்த் திசையோ
ஏதோ
நாம் திரிவது
★

வலைமூடிய கட்டுமரம்

நம்மை
அவ்வளவு தாகத்தோடு பருகிய தருணங்கள்
தன் தனிமையோடு
கவியத்தொடங்கும் இவ்வேளையில்
காலம் என்னை வேவு பார்ப்பதாக சந்தேகிக்கிறேன்
சாளர உலோகக் கிராதிகளின்வழி நிலவுகாணும்
உனது
இப்போதைய தேர்வுகள் அல்லது கள்ளத்தனங்கள்
எதைநோக்கி குவியச் செய்திருக்கின்றன
தொலைவில் தெரியும்
வலைமூடிய கட்டுமரமொன்று
ஒருவேளை
தான் உறைந்துகிடக்கும் கடலின் நினைவோடு
உரையாடிக் கொண்டிருக்கக்கூடும்
சமீபமாக
புதியவளோடு உன்னைப் பகிர்ந்துகொண்டிருப்பதாகவும்
சொல்லியிருந்தாய்
ஆங்காங்கே
வெதுவெதுப்பான இடங்களில் ஒண்டி
மௌனித்துறங்குகின்றன வளர்ப்பு விலங்குகள்
இரவின் லயத்தில்
நிலவிலிருந்து உதிர்ந்து பரவும் நீர்க்குருணைகள்
இத்திணையை நிறைத்துவிட முயற்சிக்க
தழுவிய மௌனம்
எங்கும் இமைதிறந்து கிடக்கிறது
பசித்த நாவுகள்
கிளைத்து
உனை நோக்கி நீண்டுபடர்கின்றன

அவயங்களை ஸ்மரணையற்றுப் போகச்செய்யும்
இக்காற்றில்
நீ கூறிய சொற்களிலேயே
தானியமொன்றின் மணம் பரப்பியபடி நிலவும்
எனது உடலின் வெப்பத்தை உணர்கிறாயா
அதில்
நீ ஈன்ற முட்டைகளை
அடைகாத்துக்கொண்டிருக்கிறேன் பொம்மி

★

முழை விலங்கின் பனி

ரோம ஆடையணிந்து
மரக்குடிலிலிருந்து வெளியேறியவன்
கணப்புக்கான சுள்ளிகளைச் சேகரித்துக்கொண்டிருக்கலாம்
தூரத்தே முரட்டுவாகனமொன்று சாலையைச்
செப்பனிடுகிறது
வெண்மையின் களங்கமற்ற கனவுச் சலனங்களென
நிசப்தத்தில் பறவைகள் மிதந்துசெல்ல
அடர்ந்தமுடிகளோடு எருதுகள் திரியும் நெடிய
குன்றினோரம்
ஆயுதங்கள் தாங்கியபடி தீர்கிறது சிறுபொழுது
வரிசையில்
திசைநோக்கி வணங்கும் துறவிகள் நகர்கிற
இந்நேரம்
உன் சுவாசத்துடன் கேசக்கற்றை தழுவ
பிறவியின் மனத் தளும்பல்கள்
சரியும் கீழ்வானத்தில் நிகழலாம்
நீண்ட பாதங்களில் சறுக்கியபடி சிலர் ஆழங்களில்
புதைகின்றனர்
புகையும் மலைத்தொடர்கள் விளைந்த
பின்புலத்தில்
உன்னை வாசித்தபடி தொலைவில் இழைகிறது சந்தூர்
ஒருவேளை
தனித்து
பதுங்குகுழியொன்றில் கிடக்கையில்
அவர்கள் என்னை கைப்பற்றக்கூடும்
கொழுத்த மீன்களுக்காக
நகரும் ஓடை மேவிய பனிப்பாளங்களை
முழை விலங்கொன்று உடைக்க யத்தனிக்கிறது

புத்துயிர்ப்புக்கென தாகிப்பதை அறிகிறாயா
பொழிவு தொடங்கிவிட்டது
கிறீச்சிட்டபடி நீரொழுகும்
ஸ்படிகப் பொந்துகளிலிருந்து வெளியேறும் உகிர்கள்
துண்டிக்கப்பட்ட காதலின் உறுப்பொன்றை
கவ்விச்செல்ல
அகண்ட பனிவெளி
நீலத்தில் புதைகிறது
★

அமர்ந்திருக்கும் நெடுங்காலம்

நீ என்பது
எனக்கு
துலங்கும்
வெம்மைமிகு தாபச் சொற்கள்
என்னில் புத்துயிர்களை ஈணுவது

நான் என்பது உனக்கு
உனது நீர்மையில்
அடியுறக்கம்கொள்ள அனுமதித்திருக்கும் மீன்

சிலவேளை
சிறு சலனம்கூட அற்ற
பூட்டிய கதவுகளுக்குக்கீழ்
அமர்ந்திருக்கும் என் நெடுங்காலமும்தான் நீ

நானென்பது
உன் விருப்பத்துக்கென குற்றங்கள் புரிய
நீ நியமித்திருக்கும் ஒப்பந்தக்காரன்

எனக்கு நீ
உறங்கும் என் குறியின்மேல்
அலைந்துகொண்டிருக்கும் பூரான்
அதன் துளைக்குள் பரபரத்து நுழைவது

மேலும்
நீ என்பது எனக்கு
தனித்து கரையில் அமர்ந்திருக்கும்
பசித்த உயிரை
இரை காட்டி அழைக்கும் தெப்பம்

நானோ
நீ தரும் மாமிசம் உண்டு
உயிர்த்திருக்குமுன் வளர்ப்பு விலங்கு

நீயோ
என்னைத் தெரிவிக்கமுடியாதபோது
தரித்தயென் ஆடைகளிலிருந்து
கழற்றிவிட்டுக்கொள்ளும் முழுப்பொத்தான்களும்தான்

நானுனக்கென்பது
உனை மீட்டெடுக்கும் கனவுகளின்மேல் நீ
உருவாக்கிக்கொண்டிருக்கும்
சித்திரத்தய்யல்

நீயெனக்கென்பது
உன்னோடு கிடந்து
நாம் இல்லாதுபோக விரும்பும் புலன்களின் காமத்தை
ஆராதிப்பவள்
மற்றும்
எனது வீடுபேறு
★

பாடிக்கசியும் யாக்கை

தூரச் சரிவில்
சாதுவான விலங்குகள் பச்சைகளை
முகர்ந்து திரிகின்றன
செம்பாறையொன்றில் அமர்ந்திருக்கிறேன்
ஓடை தீண்டிவரும் காற்று
உன் கேசத்தின் குறுகுறுப்பை மேனியில் தீட்டியபடியிருக்க
உருப்பெறும் யாக்கையின் தோற்றங்கள்
காலத்தைச் சபிக்கின்றன
இப்போது நீள்கிற
வெதுவெதுக்கும் மூச்சின் தாளங்கள்
இரகசியமாக உன்னைப் பாடிக்கசியும் உடல்
ஆறுதலைக் கையளிக்க முடியாத வார்த்தைகளின்
போதாமை
தாமதமாக நீர்மையை உணரும் மந்தப்புலன் என
இருப்பு வெளிறியிருக்க
உனது நிலத்தைக் கீறிச் செல்கிறது ஏரூசி
நம் புணர் பருவங்கள்
மேலும்
எல்லைகளற்ற வனத்தின் விலங்குகளாக
அலைந்து திரிந்த உடல்களின் பிரிவில்
வறண்டு விரிசலுற்றிருக்கும் உதடுகளை
இக் கற்சுனையில் ஈரப்படுத்திக் கொள்கிறேன்
காலத்தில் வீசத்தொடங்கும் ஒரு மலரின் மணம்
எத்தனை சுகந்தமானது
கிளிகள் பறக்க
ஓய்வுகொள்ள நகரும் இப்பொழுதின் தண்மையில்
உறங்காது விம்முகின்றன உன் மார்பகங்கள்
பொம்மி!
செல்லும் திசையின் தடமறியாது
வேலிகள் உடைத்துத் திரியும் போத்தின்
அரற்றும் குரல்
இந்நிலமெங்கும் ஒலித்துப்படர்வது கேட்கவில்லையா
★

முழுநிலவு ஒரு மணமூட்டி

தன் இணை விரும்பும் விலங்கை
வேட்டையாடி உண்டபின்
மங்கலில் சலசலக்கும் ஓடையருகே நிகழும்
முத்தத்தின்போது
அதன் கூழாங்கற்கள் மினுங்குவதை பௌர்ணமி எனலாம்
தன்னை விரும்பியவரின் வருகையையொத்த
அது ஒரு மணமூட்டியும்தான்
அல்லது
மனங்களை இதப்படுத்துவதாகக் கொள்வது
மேலும்
விரிந்துகிடக்கும் கித்தானில்
ஒளிர்ந்து நகரும் உயிரியொன்று
நிறபேதம் காட்டி
தன்னை அமானுஷ்யப்படுத்துவதோடன்றி
கானக உயிர்கள் தங்கள் இருப்பிடத்தோடு
காலத்தில் மயங்கிக் கிடக்கச்செய்வது
பின்பு
பிறழ்வுகொண்டவை
தன்னிலை அறிந்துகொள்வதற்கான சந்தர்ப்பமாகச்
சொல்லலாம்
ஓர்மையின் இசையை
எங்கும் வாசித்துக்கொண்டேசெல்லும் அது
பெரு நீர்நிலைகளை உற்சாகப்படுத்தி
நடனிக்கச்செய்யவல்லது
குறிப்பாக
அது முழுநிலவல்ல
மற்றும்
பௌர்ணமி என்பது
தனித்திருப்பனவற்றை மௌனத்தில் கூடுதலாக
வசீகரிப்பதோடு
அகண்ட நிலவெளியில்
திகைத்த உடல்கள் ஒன்றையொன்று
சூடிய பருவம் எனலாம்
★

அன்பின் ஏகாந்தம்

புல்வேய்ந்த மரக்குடில்களின் பின்புறத்தே வளர்ந்துநிற்கும்
மலைத்தொடரின்
அடிவார காட்டுமலர்கள் பதறும் இப் பொழுதானது
தொழுவ மாடுகளின் குரல்கள் ஒலிக்க
என்மேல் சாய்ந்திருக்கிறது
குட்டைப் புதர்களும் நெருஞ்சிகளும் மண்டிய
நெடிய பாதையில்
ஆட்காட்டி குருவியொன்று அரற்ற
விலங்கு காற்தடங்களைத் தாண்டி வந்திருக்கிறேன்
உன் செவ்வாயில் ஒலித்த இசைக்கு
மேய்ச்சல் முடித்த ஆடுகள் பட்டிகளில்
நுழைந்துவிட்டனவா
சொல்
உன் வல்லான் கேட்கிறான்
சிறு தீவட்டியின் ஒளிகூட்டிய அறையில்
முல்லை மணம் வீசும் தோளோடு
கவிழாது கவிழ்ந்த இமைகளில் ஒளித்த நயனங்களின்
ஓர்மை
புலன்களின் மொழிமீதா
இந்த வேளை உகுக்கும் வறண்ட பனி படிகிற
அனைத்துக்கும் வெளியே
தேங்கியசையும் இவ்வுடலின் திரவநிலைகண்டு
அஞ்சுகிறேன்
முற்றிய கதிரென வளைந்த உன் புருவத்தை
உதடுகள் சார்கின்றன

குழிமுயல்கள் ஆழத்தில் பதுங்கும் இந்நேரம்
ஒருவேளை
அங்கு விருப்புறுதிகாட்டி நீ சினந்ததுபோதும்
கொன்றை அரண் சூழ்ந்த ஏகாந்தம் காத்துக்கிடக்கிறது
முதுவே!
வேட்கைகொண்ட யாக்கைகளின் பாய்வில்
இத்திணையானது
நம் அன்பில் வெதுவெதுக்கட்டும்
அப்போது
நீலத்தில் இரைந்த கற்கள் மினுங்குவதைப் பார்த்தபடி
பூச்சிகளின் இசைக்கோலங்களில்
காலமற்றுக் கிடப்போம்

★

உனது ஆடல்மாடம்

பொழுதானது
இந்நிலத்தில் சார்த்தியிருக்கிற ஏகாந்தம் இடற
அதில் தோய்வதன்வழி காண்கிறேன்
சுழித்துக் காட்டியபடி பூந்தசைகள் மிதந்துசெல்வதை
உன் கன்னப்பரப்பின் மென்மயிர்களை காற்று
அலைக்கையில்
தூர மேய்ச்சல் நிலத்திலிருந்து
சினைத்த மறிகள் சிலவோடு மந்தையொன்று
திரும்புகிறது
கருணையின் ஒத்தடத்துக்கான இப் பருவத்தில்
பிணைத்து நிமிர்கிற விருட்சங்களிலொன்று
கனவுகொண்ட உன் சொற்களை பூத்துக் காட்ட
அவற்றில் மேலும் நிறங்களைப் பூசுகிறாய்
எச்சில் ஒழுக
சேறு படிந்த கொட்டிலில் எக்கித்திரியும்
திமிர்த்த எருதின் முனகல் உனக்குக் கேட்கிறதா
உடுத்திய ஆடை தரை சிந்துவதறியாது
திண்ணை மூங்கிற்கழியில் சாய்ந்திருக்கிறாய்
பெருநிலச்செல்வி!
உன் அமுதச்செப்புகள் ஏறித்தாழ்கின்றன
இதற்கிடையே
நீ பணித்த பயணமொன்று என்னிடம் மிச்சமிருக்கிறது
இக் குளிர்
இரைக்கலைந்த விலங்கொன்றை பாறைப்பிளவில்
ஒண்டிக்கிடக்கச் செய்திருக்கும்போது
நிறங்கள் அலசிவிட்டிருந்த வான் உதிர்க்கிறது
மெல்லிய சாரலை
இருள் நுழையும் சடசடப்பைக் கேட்கிறேன்

அது நாம் ஒன்றுமற்றுப்போக விரும்புகிறதா
நீ சூடிய காலணிகலன்கள்
அகண்ட என் தோளில் இன்னும் இசைத்திருக்கவில்லை
கடைசிப் புள்ளினங்களும் கூடடைந்துவிட்டன
பார்!
மேட்டுநிலச் சரிவில்
உனது ஆடல்மாடம் காலத்தில் நிற்கிறது
★

தான் எனும் ஆணைக் கரைக்கும் தாப மொழி

காதலும் காதல் நிமித்தமுமாக நிலத்தின் ஜீவராசிகள் இயற்கையோடு காமத்தையும் பருவகாலங்களின்வழி தொடர்ந்து சல்லாபமாக்கிக் கொள்கின்றன. இங்கே இணை தேடுதல் என்பது மனித ராசிக்கு மட்டும் பன்னிரண்டு பொருத்தங்களை உருவாக்கிக்கொண்ட விசித்திரம் என்ன வகையான சமூக ஏற்போ? தெரிய வில்லை. மற்றபடி, அனைத்துக் கோள்களும் நல்லபடி யாக பால்வெளியின் சுற்றுப்பாதையில் வலம் வரட்டும். பீட்டா, காமா கதிர்கள் வினை புரியட்டும்.

உடல் எனும் தோல் பாத்திரத்தை பயிற்சியற்ற ஒரு ஜடரீதியான அவல அமைதிக்கு ஒப்புக்கொடுத்து விட்ட காலம் இது! மனம் தன் வேகத்துக்கு உடலைக் கைவிட்டு தொழில்நுட்பங்களில் பிரமிக்கிறது! இங்கே நமக்குத் தொழிலும் மொழிவழியே கவிதை என்கிற படியால் கவிஞன் ஒரு பழம் பித்தன், உடல் செவ்வியன் எனும் வகையினத்தில் ஆசையை, விருப்பத்தை பாடித் திரியும் ரோகியைப்போல புறத்தின் அன்றாட மாற்றங் களை வியந்தபடியே தன் ஒரே இணைவிழைச்சின் பெண் வெளியைத் தியானிக்கிறான். நல்லதொரு உடலுறவு தருகிற புத்துயிர்ப்பைத் தேடியோ, தவற விட்டோ வாழ்நாள் நடைவெளியில் புழுதி படிந்து விழும் தன் யாக்கையை இரவும் பகலுமாகச் சுருட்டி

வைக்கும் உபாதை நீண்டுவிடுகிறது. பெண்களோ நிறுவனங்களால் அடைத்து வைக்கப்பட்டிருக்கும் இனவிருத்தி அகதிகளாக இருத்தி வைக்கப்பட்டுள்ளார்கள்.

இத்தகைய ஆழ்துயரை உணர்ந்த ஸ்ரீஷங்கர், உடலின் ஐம்புலன்களுக்கும் இன்பம் எனும் வேட்கையின்படி இசை, காமம், வெளி, அகம், வாசனை என, ஒரு பொம்மி எனும் உருவிலியை, இச்சியை, நீலியை, அணங்கைப் பின்தொடரும் காதற் பாடல்களை இத் தொகுப்பில் கொண்டு கூட்டி யின்/யான் எனும் சீன விகிதப் பௌதிகத்தை ஆண்×பெண் மொழியாக்க முயல்கிறார் எனலாம்.

சரசரவென உடல் சீறும் மொழியும் போதமும் பித்தமும் கலந்து, காணும் அல்லது காணா தடங்களிலும் அவள் உருவைச் சமைத்து புனைவில் திளைக்கும் இம்மொழி, புதிய கடப்பு நிலை மட்டுமல்லாமல் புத்துயிர்ப்பை மீட்டுக்கொள்ளும் காதல் மரபும் திணைகளும் பாழிகளும் கூழாங்கல்லின்மீதான நீரோட்டச் சுழிப்புகளும் கொண்டவையாக இருக்கின்றன.

‘அவளைக் கொஞ்சும் படுக்கைமீது
நிலவொளி முயங்கியிருக்கிறது’

‘தன் நிதம்பத்துக்கு அணிவித்திருக்கும் கொலுசு’

‘ஈரத்தேமல் படர நிற்கும் அவள்’

‘கண்களிலிருந்து வெந்நீர்ச்சுனைகள் பெருக்கெடுக்கின்றன’

‘தலைக்கேசம் பிய்த்துக் குழறுகிறாய் பொம்மி’

‘என் யாக்கை ஒரு வாத்தியம்’

என, தன் அகம் விளைந்த சூல்தண்டின் மீது ஒரு அல்லி வட்டத்தை முகமாக மலர்த்தி இச்சிக்கிறது கவிதை. அதுவோ பாடித்தீராத பன்மையாக, ஒன்றேபலவாக, பலதும்ஒன்றாக வெவ்வேறு பாறைகள், வெவ்வேறு உளிகள் என சிற்பவயப்படுகிறது.

இவ்வாறு பொம்மி எனும் புனைவுருவே தன் காமத்துக்கு அப்பாலும் பெண்மையின் இயல்புகளின் படியே அஃப்ரோடைட்டாக, தேவதையாக, பைத்தியக் காரியாக தன்னுணர்ச்சியில் பிடித்துழலும் கவிஞனின்

மனம் ஒன்றுமற்ற சூன்யமாக இறுதியில், தான் எனும் ஆணை கரைத்துக் கொள்கிறது.

தமிழின் திணை மரபுக்குள் பெண் எனும் உடலும் அவள் மனமும் கடலாக, வானமாக, நிலமாக, நெருப்பாக விரிகிறது. ஸ்ரீஷங்கரின் கவிதைகளில் இது, புராதனப் பெண்ணியம் ஆணினத்தையே ஈனாமல் தன்னினத்தையே தனக்குள் முயங்கி ஈன்று புறந்தந்து உலகைப் பெண்மயமாக்கும் அதீத புனைவு ஒன்றை யோசிக்க வைக்கிறது. அந்தச் சூழல் எப்படித்தான் இருக்கும் என யாருக்குத் தெரியும். கோள்கள், பால் வெளியில் சுற்றிக்கொண்டிருப்பதுபோல அமைதியாக, சிலநேரம் விண்கற்கள் ஒளிர்ந்து வீழ்வதைப்போல் பெரும் மோதல்கள் ஏதுமின்றி, இரைச்சலின்றி, மூல அச்சுகள் ஏதுமற்று ஒரு மிதக்கும் காதல் பிரபஞ்சமாகக் கூட இருக்கலாம்.

எப்படியோ, கவிஞன் பொம்மியைச் சுற்றிக் கொண்டிருக்கும் இந்தப் பயணம் அவரது சித்திர வம்பலத்தை, திணைமுதல்வியை, பாதகமலங்களை அல்லது பால்நிறப் பற்களில் மனம் கொடுத்து, வேலி உடைத்து பேதமையாகத் திரியும் போத்தாக, அவள் முட்டையை அடைகாக்கும் ஆண் பறவையாக, அவள் குளத்தில் தலைப்பிரட்டைகளாக உருமாற்றம் காண்கிறது, இப்படியாக ஒரு உன்னத சங்கீதத்தை அரங்கேற்றி யிருக்கும் இத்தொகுப்பு மன்னர்களுக்கோ, பிரபுக் களுக்கோ எழுதப்படவில்லை. தனி மனித விருப்ப உறுதி தொலைந்துவரும் நாளில் தன் காமத்தின்மீதான சமூகத் தடைகளின்மீது கருணையை எழுதிக் கடக்கும் ஒரு சாமான்யனின் முயற்சியே இது.

'சொற்பறவை' என்ற இவரது முதற் தொகுப்புக்குப் பிறகு முற்றிலும் வேறொரு திசைவழி புனைவுகொண்டு காவியம் பாடும் இத்தொகுப்பு, புதிய தமிழ் இணைச் சொற்களைப் புதுப்பித்தவண்ணம் அறிமுகம் ஆகிறது.

மேலும் நவீனத்துவ கால பாலியல்தன்மைகள் மெல்ல மறைந்துவரும்வேளையில், பாலியல் ஈர்ப்பு

சார்ந்த பெண்மையின் சமிக்ஞைகளுக்கும், லிபிடோ வழியான லிங்கமைய பிரபஞ்ச கட்டுப்பாட்டுக்குமான யுத்தம் இக்கவிதைகளில் தொனிப்பொருள் ஆவதையும் காணலாம்.

முழுதும் அகம் முயங்கிய புறம், பெண் எனும் உடல், மனம் மீது கதிரொளியைப் பாய்ச்சுகிறது. பின், தானே மாய்ந்து ஓய்கிறது. தனிப்பாடல் திரட்டுபோல தமிழில் இது ஒரு வகைமாதிரி.

கவிஞருக்கு வந்தனங்கள்

யவனிகா ஸ்ரீராம்